ನವ್ಯಭೂಮಿ

NAVYABHOOMI

ಸಂಪತ್ ಕುಮಾರ್ ಕೆ

Copyright © Sampathkumar K
All Rights Reserved.

This book has been published with all efforts taken to make the material error-free after the consent of the author. However, the author and the publisher do not assume and hereby disclaim any liability to any party for any loss, damage, or disruption caused by errors or omissions, whether such errors or omissions result from negligence, accident, or any other cause.

While every effort has been made to avoid any mistake or omission, this publication is being sold on the condition and understanding that neither the author nor the publishers or printers would be liable in any manner to any person by reason of any mistake or omission in this publication or for any action taken or omitted to be taken or advice rendered or accepted on the basis of this work. For any defect in printing or binding the publishers will be liable only to replace the defective copy by another copy of this work then available.

ಪರಿವಿಡಿಗಳು

ನಿತ್ಯ ಸತ್ಯ

ಅಮ್ಮ

ಒಲಿದ ಹೃದಯ

ಓ ಮನಸ್ಸೇ

ನಿನ್ನ ಪ್ರೀತಿಯ ಮುಂದೆ

ಬಾಡದ ಸೂರ್ಯ

ಅಪರಿಚಿತ ಕನಸುಗಳು

ಸೋತು ಗೆದ್ದವರು

ಮಾಯಾ ಕನ್ನಡಿ

ಆಸರೆ

ಮೌನ

ಅನುಕ್ಷಣ

ತಾಯಿ ನೆರಳು

ಶಕ್ತಿ

ಹೂಮಾಲೆ

ಸ್ವಾರ್ಥ

ನನ್ನ ಗೆಳತಿ

ಕವಲು ದಾರಿ

ಮಂಜು

ಕಲ್ಪತರು

ಕಲ್ಲು ದೇವರು

ಒಲುಮೆ ಚಂದ್ರ

ನಿತ್ಯ ಸತ್ಯ

ಒಳಗೊಂದು ಹೊರಗೊಂದು

ಮಾಯದ ಬದುಕು

ಎಲ್ಲರ ಮನದೊಳಗಿಹುದು

ಕಾಣದ ಒಡಕು!!೧!!

ಸತ್ವವಿಲ್ಲದ ನಾಲಗೆಯೊಳಗಿನ

ಬಣ್ಣದ ಮಾತು

ಅಂತಃಕರಣ ಮಮಕಾರವಿಲ್ಲದ

ಮೌನದ ಸೇತು!!೨!!

ಮಾನವತೆಯ ಮರೆಯೊಳಗೆ

ಕ್ರೌರ್ಯದ ಮೆರಗು

ನಿತ್ಯ ಸತ್ಯದ ಹುಡುಕಾಟದಲ್ಲಿ

ಬರಡು ಬೆರಗು.!!೩!!

ಅಮ್ಮ

ಮಳೆಗೆ ಚಳಿಗೆ ಕೊರಗಿ ಕೂರದೆ

ನಗುವ ತೋರುವಳು ಅಮ್ಮ

ಬಿಸಿಲ ತಾಪದಿ ಬೆಂದು ನೊಂದರು

ಮಮತೆ ತೋರುವಳು ಅಮ್ಮ!!೧!!

ಸಾವು ಬಂದರೂ ಸೋಲನ್ನೊಪ್ಪದೆ

ಜೀವ ಕೊಡುವಳು ಅಮ್ಮ

ಹಸಿವ ನೀಗಿಸಲು ದೇಹ ಸವೆಸಿ

ಅನ್ನ ನೀಡುವಳು ಅಮ್ಮ !!೨!!

ಅಳುವ ಕೇಳಿ ಎದೆಗೆ ಅವುಚಿ

ಲಾಲಿ ಹಾಡುವಳು ಅಮ್ಮ

ಪ್ರೀತಿಯಿಂದ ಕೆನ್ನೆಗೊಡೆದು

ಮುತ್ತು ಕೊಡುವಳು ಅಮ್ಮ!!೩!!

ಮೊದಲ ಹೆಜ್ಜೆಯ ಕಲಿಸಿಕೊಟ್ಟು

ತನ್ನೆಜ್ಜೆ ಮರೆವಳು ಅಮ್ಮ

ಮೊದಲ ತೊದಲ ನುಡಿಯ ಕಲಿಸಿ

ಮೌನಿ ಆಗುವಳು ಅಮ್ಮ!!ಳ!!

ಒಲಿದ ಹೃದಯ

ಒಲಿದ ಹೃದಯ ಮೋಹ ಅರಸಿ

ದೂರ ಸಾಗಿದೆ

ಕನಸು ತುಂಬಿದ ಮನವನಿಂದು

ಬರಡು ಮಾಡಿದೆ!!೧!!

ಕಳೆದ ದಿನದ ನೆನಪು ಮರೆತು

ಕುರುಡು ತೋರಿದೆ

ಮೂರು ಘಳಿಗೆ ಸುಖದ ಸುಳಿಗೆ

ಸಿಲುಕಿ ನರಳಿದೆ!!೨!!

ಹಳೆಯ ನೆನಪು ಮತ್ತೆ ಚಿಗುರಿ

ಸನಿಹ ಬಂದಿದೆ

ದು಼ಃಖದೊಳಗೂ ಹೃದಯ ತುಂಬಿ

ನನ್ನನ್ನಪ್ಪಿದೆ.!!೩!!

ಓ ಮನಸ್ಸೇ

ಭಾವನೆಗಳ ಪಂಜರದಲ್ಲಿ

ಬಂಧಿಯಾದ ಮನಸ್ಸೇ

ಹಾರಿ ಹೋಗೋ ತವಕದಲ್ಲಿ

ಗುರಿ ತಪ್ಪಿದ ಮನಸ್ಸೇ

ಸರಿ ತಪ್ಪು ಆಲಿಸದ

ಆಗಂತುಕ ಮನಸ್ಸೆ

ಕಲ್ಪನೆಯ ಮೀರಿಸಿ

ಯೋಚಿಸುವ ಮನಸ್ಸೇ

ಸಂಬಂಧಗಳ ಮುರಿದ

ಒಬ್ಬಂಟಿ ಮನಸ್ಸೇ

ಪ್ರೀತಿಗೂ ಸ್ನೇಹಕೂ

ಕರಗದ ಮನಸ್ಸೆ

ಆಸೆಗಳ ಬಲೆಗೆ

ಬೀಳುವ ಮನಸ್ಸೇ

ಬದುಕಿನ ದಾರಿಗೆ

ಬಾರದ ಮನಸ್ಸೇ

ಓ ನನ್ನ ಮನಸ್ಸೇ

ಹುಚ್ಚು ಕೋಡಿ ಮನಸ್ಸೆ.

ನಿನ್ನ ಪ್ರೀತಿಯ ಮುಂದೆ

ನಿನ್ನ ಪ್ರೀತಿಯ ಮುಂದೆ

ಜಗದ ತೂಕವು ಸಮವೇ

ಸೃಷ್ಟಿಕರ್ತನನ್ನೇ ಸೃಷ್ಟಿಸಿದ

ಪ್ರೀತಿಯು ತುಂಬಿದ ತಾಯೇ!!೧!!

ಪರ್ವತವೇ ಕಣವೆನಿಸುವುದು

ನಿನ್ನ ಅಕ್ಕರೆಯ ಪ್ರೀತಿಗೆ

ಚಂದಿರನು ಕಳೆಗುಂದುವನು

ನಿನ್ನ ಮುಗ್ಧತೆಯ ನಗುವಿಗೆ!!೨!!

ನೋವು ನೂರಿದ್ದರೂ

ಸಾವು ಜೊತೆಯಿದ್ದರೂ

ತೋರುವೆ ನೀ

ನಿಷ್ಕಲ್ಮಶ ಪ್ರೀತಿಯ.!!೩!!

ಬಾಡದ ಸೂರ್ಯ

ನೀನು ಇರದ ಧರೆಯ ಮೇಲೆ

ಜೀವರಾಶಿಗಳೆ ಕಲ್ಪಿತ

ಜಗದ ಜನನ ನಿನ್ನ ಕೊಡುಗೆ

ನಿನ್ನ ರಶ್ಮಿಯೇ ಜೀವಿತ!!೧!!

ಹೊಸತು ಹಸಿರು ಚಿಗುರು ಒಡೆದು

ರಸದ ಚಿಲುಮೆ ಮೈಯ ಹೊತ್ತು

ಉಸಿರು ಕೊಡುವ ವನ್ಯರಾಶಿಗೆ

ನಿನ್ನ ಬೆಳಕೆ ನವ ಪೂರಣ!!೨!!

ಧರೆಗೂ ಬ್ರಹ್ಮಾಂಡ ಕಡೆಗೂ

ಕ್ಷಿಪ್ರ ಕಿರಣ ಹೊನ್ನು ಚೆಲ್ಲಿ

ಸಕಲ ಜೀವಿಯ ಬೆಚ್ಚಗಿಟ್ಟು

ಎಂದೂ ಬಾಡದ ಸೂರ್ಯ ನೀ!!೩!!

ಅಪರಿಚಿತ ಕನಸುಗಳು

ಕಾಡುತ್ತಿದೆ ನೆನಪಿನ ಬುತ್ತಿಯೊಳಗೆ

ಅಪರಿಚಿತ ಕನಸುಗಳ ಸರಮಾಲೆ

ಪರಿಚಿತವಲ್ಲದ ಸುಂದರ ಲೋಕದಲ್ಲಿ

ಕಲ್ಪಿತವಲ್ಲದ ಕುರುಡು ಸ್ವರ್ಗದಲ್ಲಿ

ಈ ಜೀವನ ಚದುರಂಗದಾಟ॥

ಕನಸೇರಿ ಅಪರಿಚಿತ ಮನಸ್ಸುಗಳ

ನೆನಪಲ್ಲಿ ಉಳಿದು

ಸ್ನೇಹದ ಕುರುಹು ಉಳಿಸಿ

ಕನಸಲ್ಲೂ ಪ್ರೀತಿ ಬೆರೆಸಿ

ಅಪರಿಚಿತನ ಪರಿಚಿತನಾಗಿಸಿ

ಹೃದಯದ ತುಂಬ

ನೆನಪಿನ ಅಚ್ಚಾಗಿ ಉಳಿದಿವೆ

ಅಪರಿಚಿತ ಕನಸುಗಳು॥

ಸೋತು ಗೆದ್ದವರು

ಬರದ ಭೂಮಿಗೆ

ಬೆವರ ಹನಿಗಳ ಸುರಿಸಿ

ಹಸಿದ ಮಣ್ಣಿಗೆ

ಎಡವಿ ನೆತ್ತರ ಕುಡಿಸಿ

ಸೋತು ಬಿತ್ತಿ

ಚಿಗುರಿ ಗೆದ್ದವರು

ಅನ್ನದಾತರು॥

ಹಸಿದ ಹೊಟ್ಟೆಗೆ

ಹಳಸಿದನ್ನವ ತಿಂದು

ಸುಟ್ಟ ಬೆನ್ನಿಗೆ

ಸೊಪ್ಪು ಸೊದೆಯ ಕಟ್ಟಿ

ಸೋತು ಹಸಿದವರಿಗೆ

ಬುತ್ತಿ ಇಟ್ಟು ಗೆದ್ದವರು

ಅನ್ನದಾತರು.॥

ಮಾಯಾ ಕನ್ನಡಿ

ಚಿತ್ತಾರದ ಭಾವನೆಗಳ ಮುಚ್ಚಿ

ಅಚ್ಚಾದ ದೇಹ ಸೌಂದರ್ಯವ

ನಿರ್ಭೀತಿಯಿಂದ ತೋರುವ

ಸತ್ಯಾಸತ್ಯತೆಯರಿಯದ ಕನ್ನಡಿ

ಮುಗ್ಧತೆಯ ಕನ್ನಡಿ॥

ಸ್ಪರ್ಶತೆಯ ಅರಿವಿಲ್ಲ

ದುಷ್ಟತೆಯ ಕುರೂಪಿಲ್ಲ

ಬಿಂಬದೊಳಗೊಂದು ಬಿಂಬವ

ಸುಂದರ ಪ್ರತಿಬಿಂಬವ

ತೋರುವ ಮಾಯಾ ಕನ್ನಡಿ॥

ಆಸರೆ

ಹರಿದ ಸೀರೆಗೆ ತೇಪೆಯ ಹಾಕಿ

ಸೆರಗಿನಂಚಿನಲ್ಲಿ ಪುಡಿಗಾಸು ಕಟ್ಟಿದ

ಗಂಟನ್ನು ಕೈಯಲ್ಲಿಡಿದು,

ಹಳೆಯ ಗೋಣಿಚೀಲ

ರಸ್ತೆಗೆ ಬದಿಗೆ ಹಾಸಿ ಮರದ ಸೂರಿನಡಿ

ತರಕಾರಿ ಹಣ್ಣುಗಳ ಸಣ್ಣಗುಡ್ಡೆ ಮಾಡಿ

ದುಡಿದು ಸೊರಗಿದ

ಬಿಸಿಲು ಮಳೆಗೊಡ್ಡಿ ಮುದುಡಿದ ದೇಹ

ನಡುಕ ಕೈಯಲ್ಲಿ ಊರುಗೋಲು ಹಿಡಿದು

ಕೈ ಬೀಸಿ ಕರೆದಿಹಳು ಧನ್ಯತೆಯಿಂದ,

ಹಸಿವಿನಿಂದ, ಆಸರೆಗಾಗಿ

ಕೊನೆಯುಸಿರ ಹಿಡಿದಿಹಳು

ಸ್ವಾಭಿಮಾನದ ಬದುಕಿಗಾಗಿ,

ಒದ್ದೆಯಾದ ಕಣ್ಣಳಿಂದ ಕೈ ಬೀಸಿ ಕರೆದಿಹಳು.

ಮೌನ

ನನ್ನ ಕವನ ನನ್ನದು

ನನ್ನ ಬರಹ ನನ್ನದು

ಯಾರ ಕೇಳಿ ಬರೆವುದು

ನನ್ನ ಮನದ ಅಳಲಿದು||೧||

ನನ್ನ ದನಿಯು ನನ್ನದು

ನನ್ನ ಮೌನ ನನ್ನದು

ಯಾರ ಕೇಳಿ ನುಡಿವುದು

ನನ್ನಎದೆಯ ಗುಡುಗಿದು||೨||

ನನ್ನ ಭಾವ ನನ್ನದು

ನನ್ನ ರಾಗ ನನ್ನದು

ಯಾರ ಕೇಳಿ ಹಾಡಲಿ

ಭಾವಗೀತೆ ಪದವಿದು||೩||

ನನ್ನ ಕನಸು ನನ್ನದು

ನನ್ನ ನೆನಪು ನನ್ನದು

ಯಾರ ಕೇಳಿ ಮರೆವುದು

ಅಂತರಂಗದೊಲವಿದು॥೪॥

ನನ್ನ ನಯನ ನನ್ನದು

ನನ್ನ ನೋಟ ನನ್ನದು

ಯಾರ ಕೇಳಿ ಸೆಳೆವುದು

ನನ್ನ ಬಿಂಬ ಮೊಗವಿದು॥೫॥

ನನ್ನ ಜನುಮ ನನ್ನದು

ನನ್ನ ಮರಣ ನನ್ನದು

ಯಾರ ಕೇಳಿ ತೊರೆವುದು

ನನ್ನ ಆತ್ಮಬಲವಿದು.॥೬॥

ಅನುಕ್ಷಣ

ನನ್ನ ಉಸಿರಲ್ಲಿ ನಿನ್ನ ಹೆಸರು

ಧನಿಯಾಗಿ ಅರಳಿದೆ

ನೀ ಮರುಗಿದ ಪ್ರೀತಿಗೆ

ಕಂಬನಿಯು ಮಿಡಿದಿದೆ॥

ಒಮ್ಮೊಮ್ಮೆ ನೆನೆಯುವೆ

ನೀ ನನ್ನೊರಗಿದ ಘಳಿಗೆಯ

ಮತ್ತೊಮ್ಮೆ ಸವಿಯುವೆ

ನೀ ಮುತ್ತಿದ ಸ್ಪರ್ಶವ॥

ಸನಿಹ ಇರದಿದ್ದರೇನು

ನೆನಪಾಗುವೆ ಪ್ರತಿ ಕ್ಷಣ

ಸರಿದು ಮರೆಯಾದರೇನು

ಹೃದಯದಲ್ಲೆ ಪ್ರೇಮಿಸುವೆ ಅನುಕ್ಷಣ.॥

ತಾಯಿ ನೆರಳು

ದೂರದ ಬೆಟ್ಟದ ಮೇಲೆ

ಕರಿನೆರಳು ಸುಳಿದಾಡುತ್ತಿತ್ತ

ಕಂದಾ ಬಾರೋ ಎಂದು

ಕೈ ಬೀಸಿ ಕರೆಯುತ್ತಿತ್ತ॥೧॥

ಹಕ್ಕಿಯ ಗೂಡಲ್ಲಿ

ಆಸೆಗಳ ಬಚ್ಚಿಟ್ಟು

ತನ್ನೆದೆಯ ಗೂಡಲ್ಲಿ

ನೋವುಗಳ ಅದುಮಿಟ್ಟು

ಹುಸಿನಗೆಯ ಮೊಗದಲ್ಲಿ

ಕಂದನ ಸಲಹುತ್ತಿತ್ತ॥೨॥

ದೇವರ ಗುಡಿಯಲ್ಲಿ

ಕನಸುಗಳ ಹೇಳುತ್ತಾ

ಜೀವನದ ನದಿಯಲ್ಲಿ

ನೆತ್ತರನ್ನು ಚೆಲ್ಲುತ್ತಾ

ಮುಪ್ಪಾದ ದಿನದಲ್ಲಿ

ಹೆತ್ತವರ ನೆನೆಯುತ್ತಿತ್ತು॥೩॥

ಕಂದನು ಮರೆಯಾಗಿ

ಕಣ್ಣೀರು ಹರಿಯಲು

ಆಸೆಯ ಕಂಗಳು

ಮಂಜಾಗಿ ಕವಿಯಲು

ಮುಪ್ಪಾದ ದೇಹವು

ಆಸರೆಯ ಬೇಡುತ್ತಿತ್ತು॥೪॥

ಜವರಾಯನು ಬರುವತ್ತ

ದಿನಕರನು ಸರಿದಿರಲು

ಹುಟ್ಟು-ಸಾವಿನ ನಡುವೆ

ಜೂಜಾಟ ಮುಗಿದಿರಲು

ಕರಿನೆರಳು ಮರೆಯಾಗಿ

ಕತ್ತಲು ಕವಿಯುತ್ತಿತ್ತ.॥೫॥

ಶಕ್ತಿ

ಒಂದೆ ಆತ್ಮ ಒಂದೆ ರಕ್ತ

ಇರುವುದೊಂದೆ ಭೂಮಿಯು

ನಮ್ಮ ದೇಶ ನಮ್ಮ ಭಾಷೆ

ಎನುವುದೊಂದೆ ದಾರಿಯು‖ಪ‖

ಸ್ನೇಹ ಶಾಂತಿ ದಿವ್ಯ ಮಂತ್ರ

ಗಳಿಸಲೆಮಗೆ ಮುಕ್ತಿಯು

ಅಣ್ಣ-ತಮ್ಮ, ಅಕ್ಕ-ತಂಗಿ

ಸೋದರತೆಯೇ ಶಕ್ತಿಯು‖೧‖

ಜೀವ ತ್ಯಾಗ ಮಾಡಿ ಮಡಿವ

ದೇಶ ಪ್ರೇಮ ನಮ್ಮದು

ಶಾಂತಿ-ಸಹನೆ ಕರುಣೆ ಮೆರೆವ

ಭವ್ಯ ದೇಶ ನಮ್ಮದು‖೨‖

ಸತ್ಯ-ಧರ್ಮ ನೀತಿ ಕರ್ಮ

ನಮ್ಮ ಉಸಿರು ಇಂದಿಗೂ

ಕಾಮಧೇನು ಸತ್ಯಪಾನ

ನಮ್ಮ ಜೀವ ಎಂದಿಗೂ. ||೩||

ಹೂಮಾಲೆ

ಬೆಳ್ಳಕ್ಕಿಯ ಸಾಲು ಮುತ್ತಿಕ್ಕಿ ಸಾಗುತ್ತಿರೆ

ದಿನಕರನೆ ನಿನ್ನನ್ನು ನನ್ನೆದೆಯು ಕೂಗುತ್ತಿದೆ

ಅಪ್ಪುಗೆಯ ಬಯಸಿ ನಿನ್ನ ಹತ್ತಿರ ಬರುತ್ತಿರಲು

ಬೆಟ್ಟಗಳ ಸಾಲು ಎತ್ತೆತ್ತರ ಬೆಳೆಯುತ್ತಿವೆ॥

ಹಚ್ಚ ಹಸುರ ನಡುವೆ ನಿನ್ನೆಡೆಗೆ ಸಾಗುತ್ತಿರೆ

ಕಲ್ಲು ಮುಳ್ಳುಗಳೆಲ್ಲ ನೆತ್ತರ ಹೀರುತ್ತಿವೆ

ಕಣ್ಣಂಚಿನ ನೀರು ಮುತ್ತಾಗಿ ಜಾರುತ್ತ

ಎಲೆಗರಿಗಳ ಮೇಲೆ ಹೊರಳಾಡಿ ಹರಿಯುತ್ತಿವೆ॥

ಎತ್ತೆತ್ತಲು ಕರಿಮುಗಿಲು ಕಣ್ಣನ್ನು ಕಟ್ಟಿದೆ

ಹಕ್ಕಿಗಳ ಹೂಮಾಲೆ ಕೆಳಗುರುಳಿ ಬೀಳುತ್ತಿದೆ

ಬೊಗಸೆಯೊಳಗೊಂದು ಮುತ್ತೊಂದ ತರುತ್ತಿರುವೆ

ಓ ನನ್ನ ರವಿಯೇ ನಿಲ್ಲು ನಿಲ್ಲು ನೀ ನಿಲ್ಲು.॥

ಸ್ವಾರ್ಥ

ಈ ಲೋಕದೊಳಗೆ ನೀ

ಯಾರೆಂದು ಅರಿತೆಯಾ

ಹೊಸಲೊಕ ಕಂಡು ನೀ

ಈ ಲೋಕವ ಜರಿದೆಯಾ॥೧॥

ದುಡುಕಬೇಡ ಮನದಿ ನೀ

ತುತ್ತು ಕೊಟ್ಟ ಜನ್ಮ ಭೂಮಿ

ತೊರೆಯದಿರು ಎಂದೂ ನೀ

ಹೊತ್ತು ಹೆತ್ತ ಮಾತೃಭೂಮಿ॥೨॥

ಹೊಸಲೋಕ ಕಂಡು ನೀ

ಮರುಳಾಗಬ್ಯಾಡ ಮಾನವ

ಎಂದಾದರೂ ಒಮ್ಮೆ ನೀ

ಮಡಿಯಬೇಕು ದಾನವ॥೩॥

ಅರಿತುಕೋ ನಿನ್ನ ನೀ

ಈ ಲೋಕವೆ ನಾಕವು

ತೆಗಳಿದರೆ ನಿನ್ನ ನೀ

ಪರಪಂಚವೇ ನರಕವು||೪||

ಮೀರದಿರು ಎಲ್ಲೆ ನೀ

ಮೋಹದ ಗುಂಗಿನಲ್ಲಿ

ಅಜ್ಞಾನವ ಅರಿವೆ ನೀ

ಸ್ವಾರ್ಥ ಭಾವ ಮರೆತಲ್ಲಿ.||೫||

ನನ್ನ ಗೆಳತಿ

ಮುಂಜಾನೆ ಮಂಜಲ್ಲಿ

ಹಿಬ್ಬನಿಯ ಮುಸುಕಲ್ಲಿ

ಬೆಳ್ಳಿಯ ಕಿರಣದಾಂಗ

ಮಿನುಗ್ಯಾಳೊ ನನ್ನ ಗೆಳತಿ॥೧॥

ನವಿಲೂರ ನೈದಿಲೆ

ಮಾಮರದ ಕೋಗಿಲೆ

ಗರಿ ಬಿಚ್ಚಿದ ನವಿಲಾಂಗ

ನಲಿದಾಳೊ ನನ್ನ ಗೆಳತಿ॥೨॥

ಮುಂಗಾರು ಮಳೆಯಲ್ಲಿ

ಸಿರಿ ಮೊಗವ ತೇಲಿಟ್ಟು

ಮುತ್ತಿನ ಮಣಿಯಾಂಗ

ನಕ್ಕ್ಯಾಳೊ ನನ್ನ ಗೆಳತಿ॥೩॥

ನಮ್ಮೂರ ಬಾನಲ್ಲಿ

ತಾರೆಗಳ ನಡುವಲ್ಲಿ

ಬೆಳದಿಂಗಳಾಗಿ ಬೆಳಕಾಗಿ

ಕಂಡ್ಯಾಳೊ ನನ್ನ ಗೆಳತಿ||೪||

ಹೂವಿನಾ ಹೊಲದಾಗ

ಪತಂಗದ ಪಡೆಯಾಗ

ಪಿಸುಗುಟ್ಟೊ ಗಿಣಿಯಾಂಗ

ನುಡಿದಾಳೊ ನನ್ನ ಗೆಳತಿ||೫||

ಮುಸ್ಸಂಜೆ ಹೊತ್ತಲ್ಲಿ

ಬೆಳ್ಳಕ್ಕಿ ಸಾಲಲ್ಲಿ

ಮಸುಕಿದ ರವಿಯಾಂಗ

ಕವಿದಾಳೊ ನನ್ನ ಗೆಳತಿ.||೬||

ಕವಲು ದಾರಿ

ಆಕಾಶ ಭೂಮಿಯ ನಟ್ಟ ನಡುವೆ

ಹಾರಾಡೊ ಚೆಂದಾದ ಹಕ್ಕಿ ನಾನು

ನೋವು ನಲಿವಿನ ಬದುಕ ನಡುವೆ

ಹೋರಾಟ ಮಾಡೋ ಹಕ್ಕಿ ನಾನು॥೧॥

ತಂಗಾಳಿಯಲ್ಲಿ ತೇಲುತ್ತಾ ಹಾರಿ

ಹುಡುಕುತ್ತ ದಿನವೂ ಹೊಸ ಬಾಳ ದಾರಿ

ಬಿರುಗಾಳಿ ಬಂದಿತ್ತ ತಂಗಾಳಿ ಸೇರಿ

ಹಕ್ಕಿಯು ಸಿಲುಕಿತ್ತ ಕವಲುದಾರಿ॥೨॥

ಸಾಗರದಾಚೆ ಹಾರುವ ಆಸೆ

ರೆಕ್ಕೆಯ ಮುರಿದ ಹಕ್ಕಿ ನಾನು

ಲೋಕವನೊಮ್ಮೆ ನೋಡುವ ಆಸೆ

ಪಂಜರದಾಗೆ ಬಂಧನವಾಯಿತೆ॥೩॥

ಚೆಂದಾದ ಹಕ್ಕಿಯ ರೆಕ್ಕೆಯ ಮುರಿದು

ಹಾರಲು ಬಿಟ್ಟರೆ ಹಾರುವುದೇನು?

ಪಂಜರದೊಳಗೆ ಬಂಧಿಸಿಟ್ಟು

ನಲಿಯಲು ಬಿಟ್ಟರೆ ನಲಿಯುವುದೇನು?॥೪॥

ಸಿರಿ ಭಾಗ್ಯವೆಂದು ನಾ ಬಿಡಲಿಲ್ಲ

ಬಂಧನ ಮುಕ್ತಿ ನೀ ನೀಡಲಿಲ್ಲ

ಚೆಂದಾದ ಹಕ್ಕಿಯ ಹಾರಾಡೋ ಕನಸು

ಕನಸಾಗೆ ಉಳಿಯಿತೊ ಪಂಜರದೊಳಗೆ.॥೫॥

ಮಂಜು

ಮನದಿ ಮುನಿದ ಹೂವೆ

ನಿನ್ನ ಅಂತರಂಗದಲ್ಲೇನಿದೆ

ಒಲವಿನ ಸುಧೆಯ ಹನಿಯೊಂದು

ನಿನ್ನ ಕಣ್ಣಂಚಲ್ಲೆ ತೇಲಿದೆ‖೧‖

ಬತ್ತಿ ಅಳಿದ ಹೃದಯದೊಳಗೆ

ಕನಸೇಕೇ ಚಿಗುರಿದೆ

ನೆನಪು ಮರೆತ ಮನಸ್ಸಿನೊಳಗೆ

ಹೊಸತು ಚೆಲುವು ಮೂಡಿದೆ‖೨‖

ಮೌನ ಮನದ ಗೂಡಿನಲ್ಲಿ

ಯಾವ ಹಕ್ಕಿ ಹಾಡಿದೆ

ಬಿಸಿಲ ಉರಿಯ ತಾಪಕ್ಕಂಜಿ

ರಾಗ ಲಯವು ತಪ್ಪಿದೆ‖೩‖

ಸ್ವಾರ್ಥವಿರದ ಸ್ನೇಹ ಬಯಸಿ

ಯಾವ ದಾರಿ ಹುಡುಕಿದೆ

ಮೋಹವಿರದ ಪ್ರೀತಿಯರಸಿ

ಯಾರಿಗಾಗಿ ಮರುಗಿದೆ॥೪॥

ಸಿಹಿಯು ಇರದ ಹೂವಿನಲ್ಲಿ

ದುಂಬಿಯೇನು ಸವಿದಿದೆ?

ಮನವು ಕಹಿಯ ಹೊಂಡದಲ್ಲಿ

ಬೀಳಲೇಕೆ ಬಯಸಿದೆ?॥೫॥

ಕತ್ತಲು ಕವಿದ ಇರುಳಿನಲ್ಲಿ

ನಿನ್ನ ಬಿಂಬ ಸಿಗುವುದೇ

ಮಂಜು ಕವಿದ ಮಬ್ಬಿನಲ್ಲಿ

ಪಯಣವೆತ್ತ ಸಾಗಿದೆ. ॥೬॥

ಕಲ್ಪತರು

ಕನ್ನಡ ತಾಯಿಯ ನೋಡುತ್ತಿರೆ

ಎನ ಹೃದಯವು ಕುಣಿದಾಡುತ್ತಿದೆ

ಕನ್ನಡ ನುಡಿಯನು ಕೇಳುತ್ತಿರೆ

ಎನ ಕಿವಿಗಳರಳಿ ನಿಮಿರುತ್ತಿವೆ॥೧॥

ಗಂಧದ ಗುಡಿಯಲಿ ನೆಲೆಸಿರಲು

ಕನ್ನಡ ನುಡಿಯು ಘಮಘಮಿಸುತ್ತಿದೆ

ಕಾವೇರಿ ಮಡಿಲಿನ ಕಲರವದಿ

ಸಿರಿಗನ್ನಡ ಕಂಪು ಸೂಸುತ್ತಿದೆ॥೨॥

ಮಾತೆಯ ಮಮತೆಯ ಕಾಣದಿಹ

ಮಕ್ಕಳಿಗೆ ದಯೆ ತೋರಿಹಳು

ಕನ್ನಡಿಗರ ತನು ಮನದಲ್ಲಿ

ಸರಸ್ವತಿಯಾಗಿ ಮೆರೆದಿಹಳು॥೩॥

ಕರ್ನಾಟಕದ ಇತಿಹಾಸದಲ್ಲಿ

ನೆನಪಿನ ಪುಟಗಳ ತೆರೆದಿಹಳು

ಸಹ್ಯಾದ್ರಿಯ ಗಿರಿಯಲ್ಲಿ

ಕನ್ನಡ ನುಡಿಯನು ಬರೆದಿಹಳು॥೪॥

ಕನ್ನಡ ಮರೆತರೆ ಉಳಿವಿಲ್ಲ

ಕನ್ನಡ ಅರಿತರೆ ಅಳಿವಿಲ್ಲ

ಕನ್ನಡ ನುಡಿಯನು ಮರೆಯದಿರು

ಇದು ಕರುನಾಡಿನ ಕಲ್ಪತರು.॥೫॥

ಕಲ್ಲು ದೇವರು

ಕರಿಯ ಕಲ್ಲ ದೈವ ಮಾಡಿ

ಕಲ್ಲಿಗೊಂದು ಮನೆಯ ಮಾಡಿ

ದೀಪ ಹಚ್ಚಿ ಧೂಪ ಹಾಕಿ

ಸುರಿವ ಮಳೆಗೆ ತಲೆಯ ನೀಡಿ

ತಮ್ಮ ಸೂರು ಮರೆತರೆಲ್ಲರು॥೧॥

ಕಲ್ಲು ನಂಬಿ ಕೈಯ ಮುಗಿದು

ಕಷ್ಟ ಕಳೆವ ದೇವರೆಂದು

ಹರಕೆ ಕುರಿಯ ತಲೆಯ ಕಡಿದು

ಮಂದಿ ಪಾಪ ಕಳೆಯಿತೆಂದು

ಕ್ಷಣಿಕ ಸುಖಕೆ ಬೆರೆತರೆಲ್ಲರು॥೨॥

ಮಾತು ಬರದ ಕಲ್ಲ ಮುಂದೆ

ಎಡೆಗೆ ಹಾಸಿ ಲಾಡು ಉಂಡೆ

ಉಂಡಿತೆಂದು ಕರಿಯ ಬಂಡೆ

ಬಂಡೆಯೊಳಗೆ ಹರಿಯ ಕಂಡೆ

ಮೌಢ್ಯದ ಕೂಪದಲ್ಲಿ ಬಿದ್ದರೆಲ್ಲರು॥೩॥

ಜನ್ಮ ಕೊಟ್ಟ ತಾಯಿ ಮರೆತು

ಕಪ್ಪು ಬಂಡೆ ಮುಂದೆ ಕುಳಿತು

ಹರಿಸ್ಮರಣೆಯ ನಾಮ ಕಲಿತು

ದೈವ ಪುತ್ರನೆಂದು ಅರಿತು

ಮಾತೃ ಹೃದಯ ತುಲಿದರೆಲ್ಲರು. ॥೪॥

ಒಲುಮೆ ಚಂದ್ರ

ಚೆಲುವಿನ ಚಂದಿರ ಬಂದಾನೊ

ಒಲುಮೆಯ ಬೆಳಕನು ತಂದಾನೊ

ಸುಂದರ ಸೊಬಗಿನ ಬಾನಿನಲಿ

ಚುಕ್ಕಿಯ ರಂಗೋಲಿ ಇಟ್ಟಾನೊ ॥೧॥

ಕಾರ್ಮೋಡದ ಒಳಗಿಂದ

ಬೆಳ್ಳಂ ಬಿಳಿಯ ಇಣುಕ್ಯಾನೊ

ಕತ್ತಲು ತುಂಬಿದ ಜಗಕ್ಕೆಲ್ಲಾ

ಬೆಳದಿಂಗಳಾಗಿ ಬಂದಾನೊ ॥೨॥

ಪಡುವಣದ ದಿಕ್ಕಿಂದ

ಜಿಗಿಜಿಗಿಯುತಾ ಬಂದಾನೊ

ತಾರೆಗಳ ತೋಟದಲ್ಲಿ

ನಲಿಯುತ ಹಾಡು ಹಾಡ್ಯಾನೊ ॥೩॥

ಮೂಡಣದ ಮನೆಯಿಂದ

ರವಿ ಹಾರುತ ಬಂದಾನೊ

ಚಂದಿರನು ತಾರೆಗಳು

ಮೋಡದ ಮರೆಗೆ ಓಡ್ಯಾವೋ. ||೪||

www.ingramcontent.com/pod-product-compliance
Lightning Source LLC
Chambersburg PA
CBHW022355200825
31452CB00028B/157
9798885309233